EASY Hausa 1

Copyright © 2022.
All rights reserved. First paperback
A catalogue record for this book
is available from the British Library.
ISBN 978-1-913455-52-1
No part of this book shall be reproduced or transmitted in any form or by any
means, electronic or mechanical, including photocopying, recording, or by any
information retrieval system without written permission of the author or publisher.
Published by Scribblecity Publications.
Printed in Great Britain

Although every precaution has been taken in the preparation of this book, the publisher and author
assume no responsibility for errors or omissions. Neither is any
liability assumed for
damages resulting from the use of this information contained herein.

CONTENTS

Lesson 1 - Letters Of The Alphabets	5
Excercise 1- Questions and Answers	7
lesson 2- Alphabet Picture Dictionary	8
Lessson 3 Numbers	13
Excercise 2 Practise writing numbers	17
Excercise 4 Practise counting numbers	22
Lessson 4 - Body parts	23
Excercise 5 - Fill in Missing Letters	24
Lesson 6 - Household items	25
Excercise 7 - Fill in Missing Letters	27
Lesson 7 - School	29
Excercise 7 - Spellings	30
Lesson 8 People	31
Occupation	33
Excercise 8 - Fill in Missing words	34
Lesson 9 Food	35
Excercise 9 - Fill in Missing words	37
Lesson 10 Transportation	38
Excercise 10- Connect the words	38
Lesson 11 Days and Months	40
Excercise 12- Memorise the days	42
Lesson 12 Greetings	43
Lesson 13 Conversation	45
Excercise 13 - Questions and answers	50

LESSON 1 - Harufa
ALPHABETS

There are 22 letters in Hausa alphabet

A a
(ah)

B b
(ba)

Ɓ ɓ
(bor)

C c
(cha)

D d
(da)

Ɗ ɗ
(deh)

E e
(e)

F f
(fa)

G g
(gah)

H h
(ha)

I i
(ai)

J j
(juh)

K k
(ka)

Ƙ ƙ
(keh)

L l
(la)

M m
(ma)

N n (na)	**O** (o)	**R r** (ra)	**S s** (sa)
Sh (sh)	**T** (ta)	**Ts** (ss)	**U** (oo)
W w (wa)	**Y y** (ya)	**Y y** (yeh)	**Z z** (za)

EXCERCISE 1

1. What is the name for aplhabet in Hausa ?

2. How may letters are in Hausa alphabet?

a. 24   b. 26   c. 22   d. 20

2. Write down the first 9 alphabets without looking at the table.

. _____   _____

_____   _____

_____   _____

3. Say all the alphabets from A to Z

4. Can you identify the letters that are not in Hausa alphabet?

a. w, x, p, q   b. w, v, p, q   c. x, v, p, q   d. c, q, p, x

LESSON 2 - Harufa
ALPHABET PICTURE DICTIONARY

A a

Albasa
Onion

B b

Burodi
Bread

B b

Bera
Rat

C c
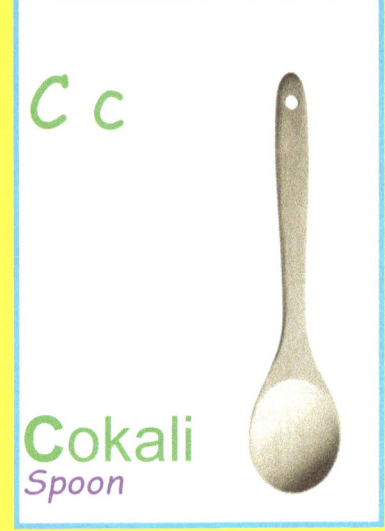
Cokali
Spoon

D d

Doya
Yam

D d

Dansanda
policeman

E e

Ee
Yes

F f

Fure
Flower

G g
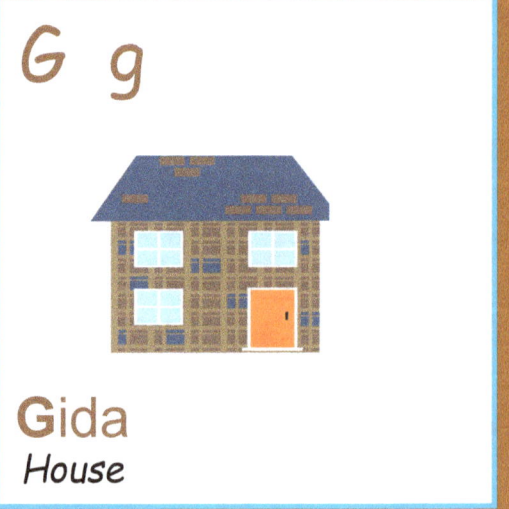
Gida
House

H h

Hanci
Nose

I i

Ido
Eye

J j

Jaka
Bag

K k

Kuli
Cat

K k

Kofa
Door

L l

Litaf
Book

M m

Mangwaro
Mango

N n

Nama
Meat

O o

Ofis
Office

R r

Rango
Ram

S s

Saniya

S h

Shidda
Six

T t

Tumatir
Tomatoe

T s

Tsuntsun
Bird

U u

Uku
Three

W w

Wando
Trousers

Y y

Ya 'yan itace
Fruits

Y y
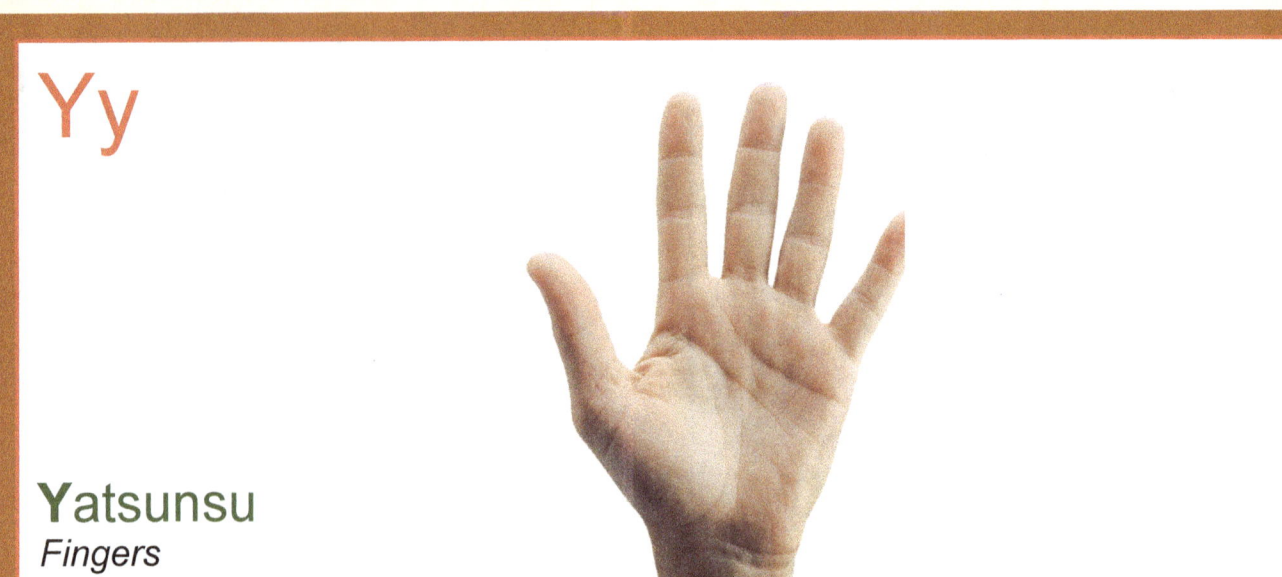
Yatsunsu
Fingers

Z z

Zaki
Lion

LESSON 3 - Lambobi
NUMBERS

1 Daya   **2** Biyu   **3** Uku

4 Hudu   **5** Biyar   **6** Shida

7 Bakwai   **8** Takwas   **9** Tara

10 Goma

11	12	13
Goma sha ɗaya	Goma sha biyu	Goma sha uku

14	15	16
Goma sha hudu	Goma sha biyar	Goma sha Shida

17	18	19
Goma sha bakwai	Goma sha takwas	Goma tara

20

Ashirin

21	**22**	**23**
Ashirin da daya	**Ashirin da biyu**	**Ashirin da uku**
24	**25**	**26**
Ashirin da hudu	**Ashirin da biyar**	**Ashirin da shida**
27	**28**	**29**
Ashirin da bakwai	**Ashirin da takwas**	**Ashirin da tara**

30

Talatin

21	**22**	**23**
Talatin da daya	Talatin da biyu	Talatin da uku
24	**25**	**26**
Talatin da hudu	Talatin da biyar	Talatin da shida
27	**28**	**29**
Talatin da bakwai	Talatin da takwas	Talatin da tara

40

Arbain

EXCERCISE 3

Practise writing these numbers

Daya 1

Daya Daya Daya Daya
Daya Daya Daya Daya
Daya Daya Daya Daya

Biyu 2

Biyu Biyu Biyu Biyu
Biyu Biyu Biyu Biyu
Biyu Biyu Biyu Biyu

Uku 3

Uku　Uku　Uku　Uku　Uku

Uku　Uku　Uku　Uku　Uku

Uku　Uku　Uku　Uku　Uku

Hudu 4

Hudu　Hudu　Hudu　Hudu

Hudu　Hudu　Hudu　Hudu

Hudu　Hudu　Hudu　Hudu

Biyar 5

Biyar Biyar Biyar Biyar

Biyar Biyar Biyar Biyar

Biyar Biyar Biyar Biyar

Shidda 6

Shidda Shidda Shidda

Shidda Shidda Shidda

Shidda Shidda Shidda

Bakwai 7

Bakwai Bakwai Bakwai

Bakwai Bakwai Bakwai

Bakwai Bakwai Bakwai

Takwas 8

Takwas Takwas Takwas

Takwas Takwas Takwas

Takwas Takwas Takwas

Tara 9

Tara Tara Tara Tara

Tara Tara Tara Tara

Tara Tara Tara Tara

Goma 10

Goma Goma Goma Goma

Goma Goma Goma Goma

Goma Goma Goma Goma

EXCERCISE 4

2. Memorise numbers 1 to 12

3. Say aloud numbers 11 - 20

11	Goma sha daya
12	Goma sha biyu
13	Goma sha uku
14	Goma sha hudu
15	Goma sha biyar
16	Goma sha shidda
17	Goma sha bakwai
18	Goma sha takwa
19	Goma sha tara
20	Ashirin

LESSON 4 - Jiki
BODY PARTS

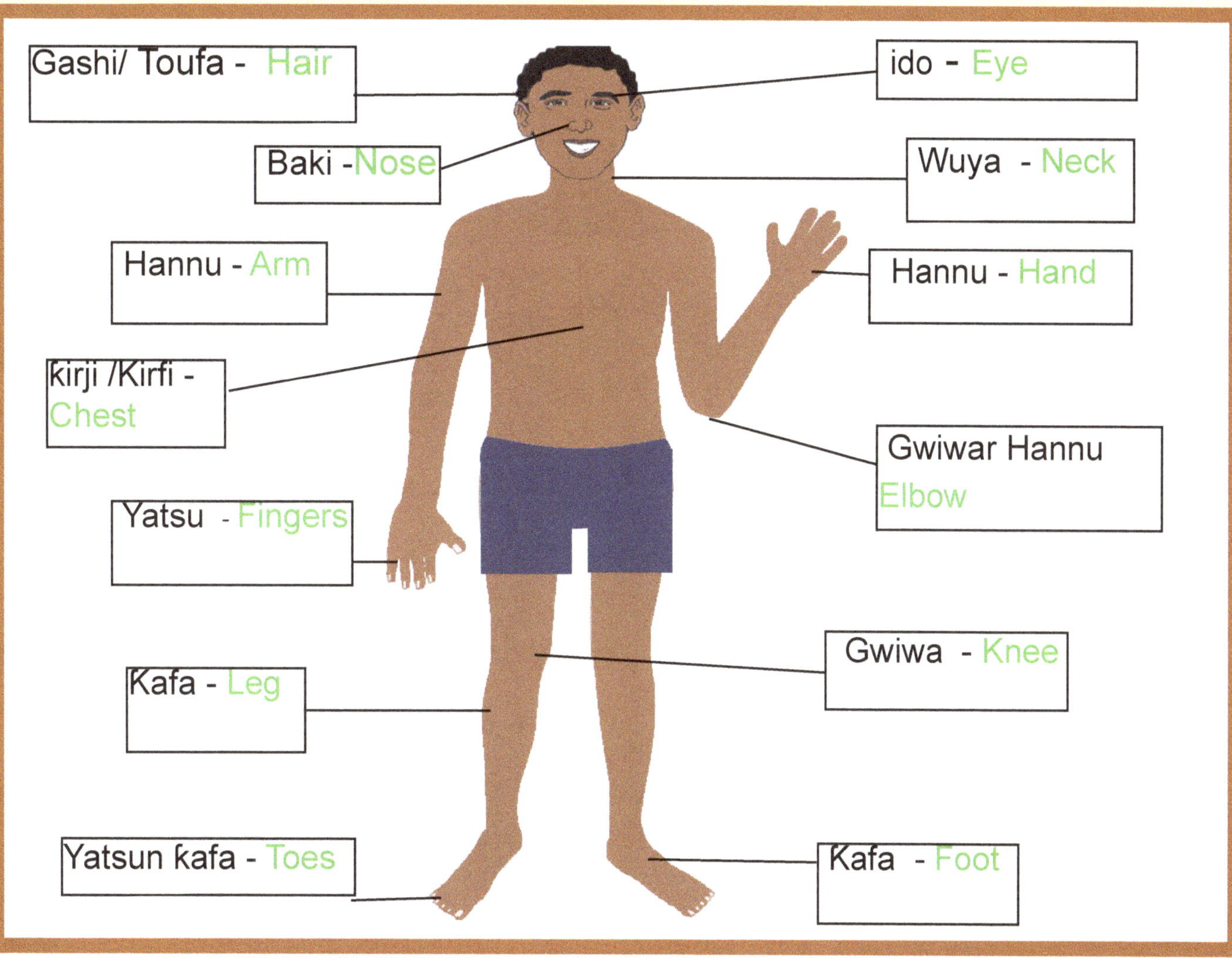

- Gashi/ Toufa - Hair
- ido - Eye
- Baki - Nose
- Wuya - Neck
- Hannu - Arm
- Hannu - Hand
- kirji /Kirfi - Chest
- Gwiwar Hannu - Elbow
- Yatsu - Fingers
- Gwiwa - Knee
- Kafa - Leg
- Yatsun kafa - Toes
- Kafa - Foot

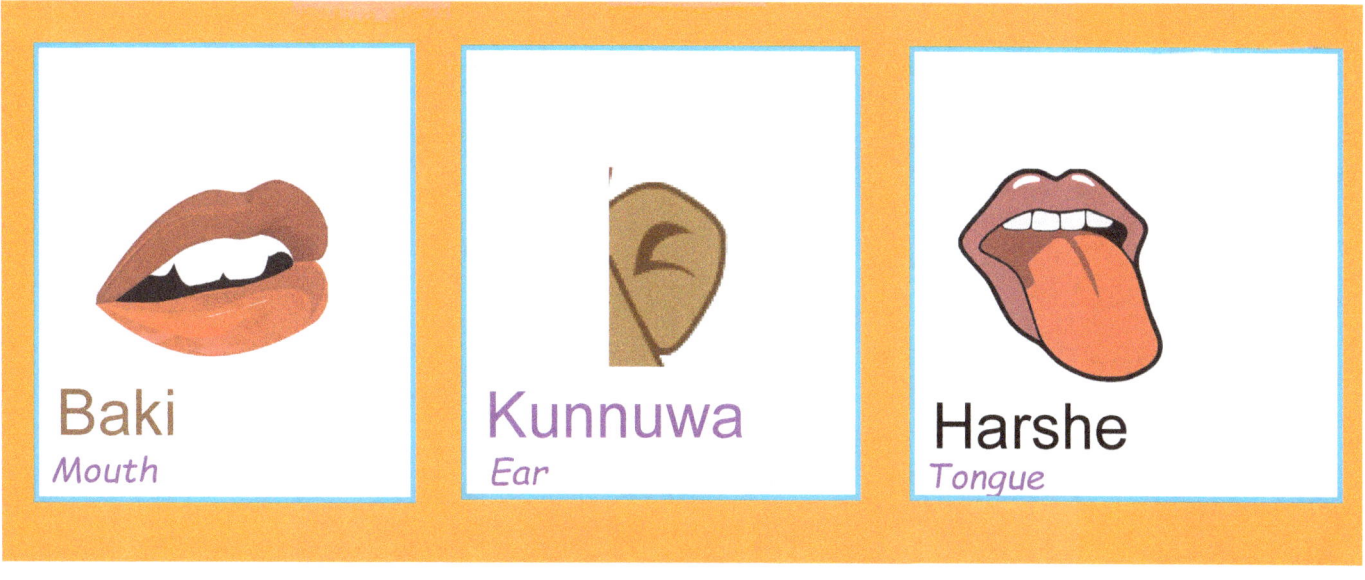

Baki — Mouth
Kunnuwa — Ear
Harshe — Tongue

EXCERCISE 5

1. Write the following in Hausa

   Hair _____   Ear _____

   Neck _____   Elbow _____

   Nose _____   Leg _____

   Mouth _____   Head _____

   Hand _____   Ear _____

3. Write in Hausa how many toes you have:

4. Write in Hausa how many arms you have:

5. What is:

   Gwiwa _____   Hannu _____

   Wuya _____   Harshe _____

LESSON 6 - Kayayyakin Gida
HOUSEHOLD ITEMS

Gida — House

Teburi — Table
Kofa — Door
Taga — Window

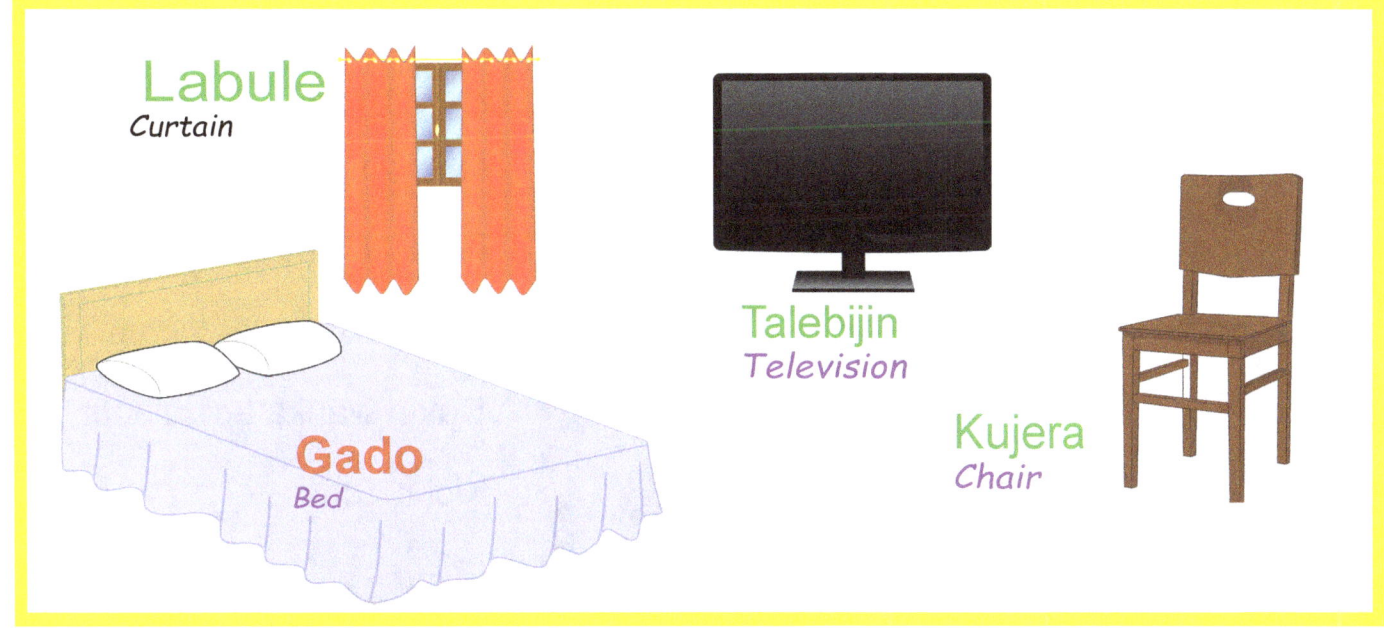

Labule — Curtain
Talebijin — Television
Gado — Bed
Kujera — Chair

Taburma — Mat

Fankan — Fan

Radiyo — Radio

tukwane — Kettle
Wuka — Knife
Kwano — Plate
Cokali — Spoon
Tukunya — Pot
Kofi — Cup

Soso — Sponge
Fitila — Lamp
Tsintsiya — Broom
Bokati — Bucket

Rooms in a House

Daki Room

Dakin kwana Bedroom

Dakin wanka Bathroom

Kici Kitchen

EXCERCISE 7

1. Write the following objects in Hausa

House _____   Door _____

Curtain _____   Room _____

Lamp _____   Bucket _____

Sponge _____   Fan _____

3. Which of the objects is NOT found in the kitchen:

a. Tukunya   b. Cokali   c. Gado   d. Wuka

4. Which of the object is NOT used in cleaning?

a. Bokati   b. Tsintsiya   c. Soso   d. Fankan

5. Write the following objects in English:

Gado _____   Kofi _____

Kujera _____   Kici _____

5. Write in Hausa 10 objects which are found in your home:

Kwamfuta
Computer

Kujera
Chair

Tebur
Desk

Littafi
Book

Dalibi
Student

Duniya
Globe

Malamin
Teacher

Jaka
Bag

Stapler
Stapler

Littafin rubutu
Notebook

LESSON 7 - Makaranta
SCHOOL

Alkalami — *Pen*
Allo — *Blackboard*
Fensir — *Pencil*
Magogi — *Eraser*

Agogo — *Clock*

Kalkuleta — *Calculator*

Fensirin Fensir — *Pencil Sharpener*

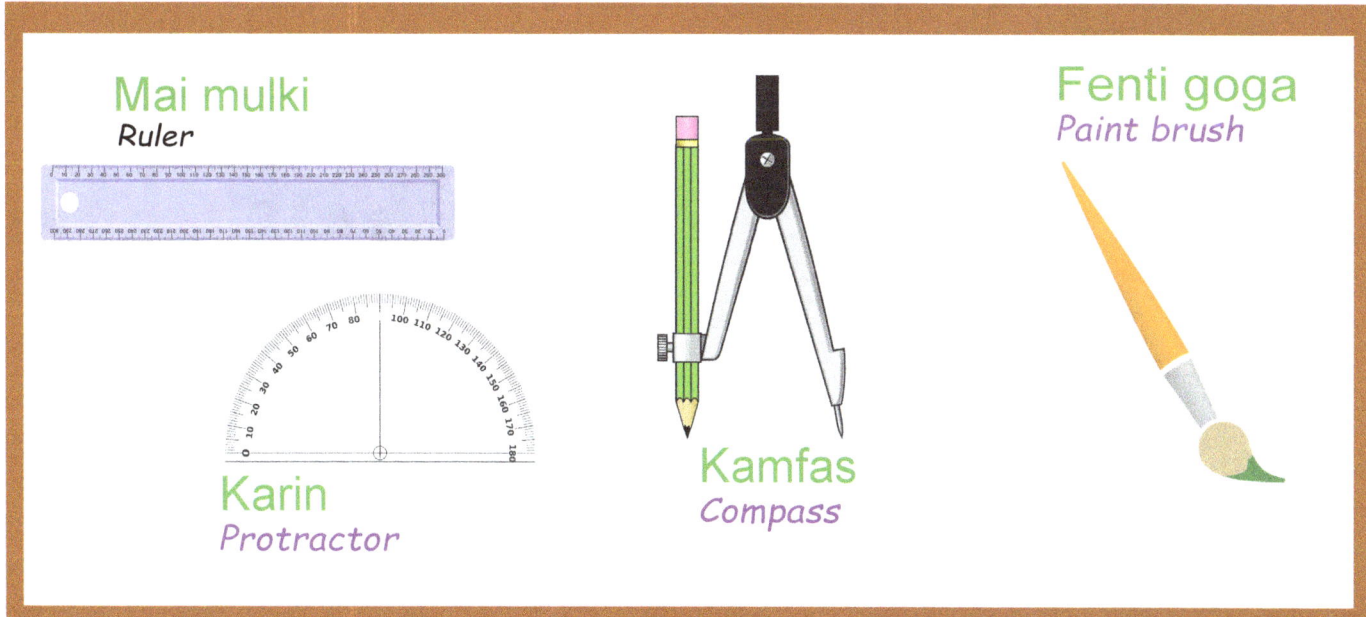

Mai mulki — *Ruler*
Fenti goga — *Paint brush*
Karin — *Protractor*
Kamfas — *Compass*

EXCERCISE 7

Speak and write

Allo	
Fensir	
Agogo	
Kamfas	
Kwamfuta	
Dalibi	
Malamin	
Littafi	
Jaka	

LESSON 8 - Mutane
PEOPLE

Yaro
Boy

Mace
Woman

Yarinya
Girl

Namiji
Man

Jariri
Baby

Baba	Uwa	Kanne

Father	Mother	Siblings

Iyali	Kakanni

Family	Grandparents

'Yar	Daughter
Ɗai	Son
Wa	Brother
Ya	Sister
Yara	Children

Kaka	Grandmother
Kaka	Grandfather
Inna	Aunt
Kawu	Uncle
Wife	Matar
Husband	Miji

I	ni
You	kai
He	Shi
She	Ita
We	mu
They	su

Likita
Doctor

Ɗansanda
Police Officer

Malamin
Teacher

Matukin jirgin sama
Pilot

Yi hukunci
Judge

Ma'aikaciyar jinya
Nurse

Hausa	English	Hausa	English
Wanzami	Barber	Dafa	Cook
Kafinta	Carpenter	Lauya	Lawyer
Akawu	Accountant	Mai shago	Shopkeeper
Tsabtace	Cleaner		

EXCERCISE 8

1. Fill in the missing words:

M_____ K_____ U_____

K_____ N_____ Y_____

2. Write the following in Hausa:

a. Boy _____

b. Man _____

c. Sister _____

d. Accountant _____

e. Cook _____

3. What are the English words for:

a. Likita_____

b. Dasanda _____

c. Kafinta _____

d. Lauya _____

e. Mai shago _____

LESSON 9 - Abinci
Food

Gaza
chicken

Madara
Milk

Burodi
Bread

Ruwa
Water

Nama
Meat

Wake
Beans

Kosai
Beans Cake

Shayi
Tea

Shinkafa
Rice

35

Dawa
Millet

Ayaba
Bananas

Dankali
Potatoes

Tumatir
Tomatoes

Doya
Yam

Kifi
Fish

Rake
Sugarcane

Masara
Corn

EXCERCISE 9

1. Fill in the missing Hausa words:

N _____   K _____   B _____   D _____

  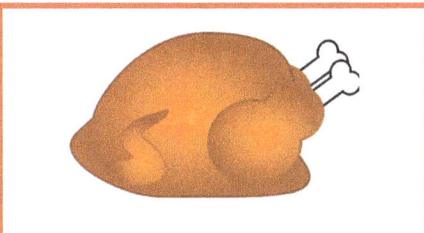 

S _____   W _____   G _____   S _____

2. Write down 4 of your:
favourite food in Hausa:

a. _____

b. _____

c. _____

d. _____

3. Write and speak:

a. Madara _____

b. Gaza _____

c. Shinkafa _____

d. Nama _____

e. Doya _____

LESSON 10 - Abubuwan Hawa
TRANSPORTATION

Jirgin sama
Aeroplane

Mota

Keke

Bas

Jirgin Ruwa
Boat

Jirgin kasa
Train

Babura
Motorcycle

EXCERCISE 10

Connect the words to the correct pictures

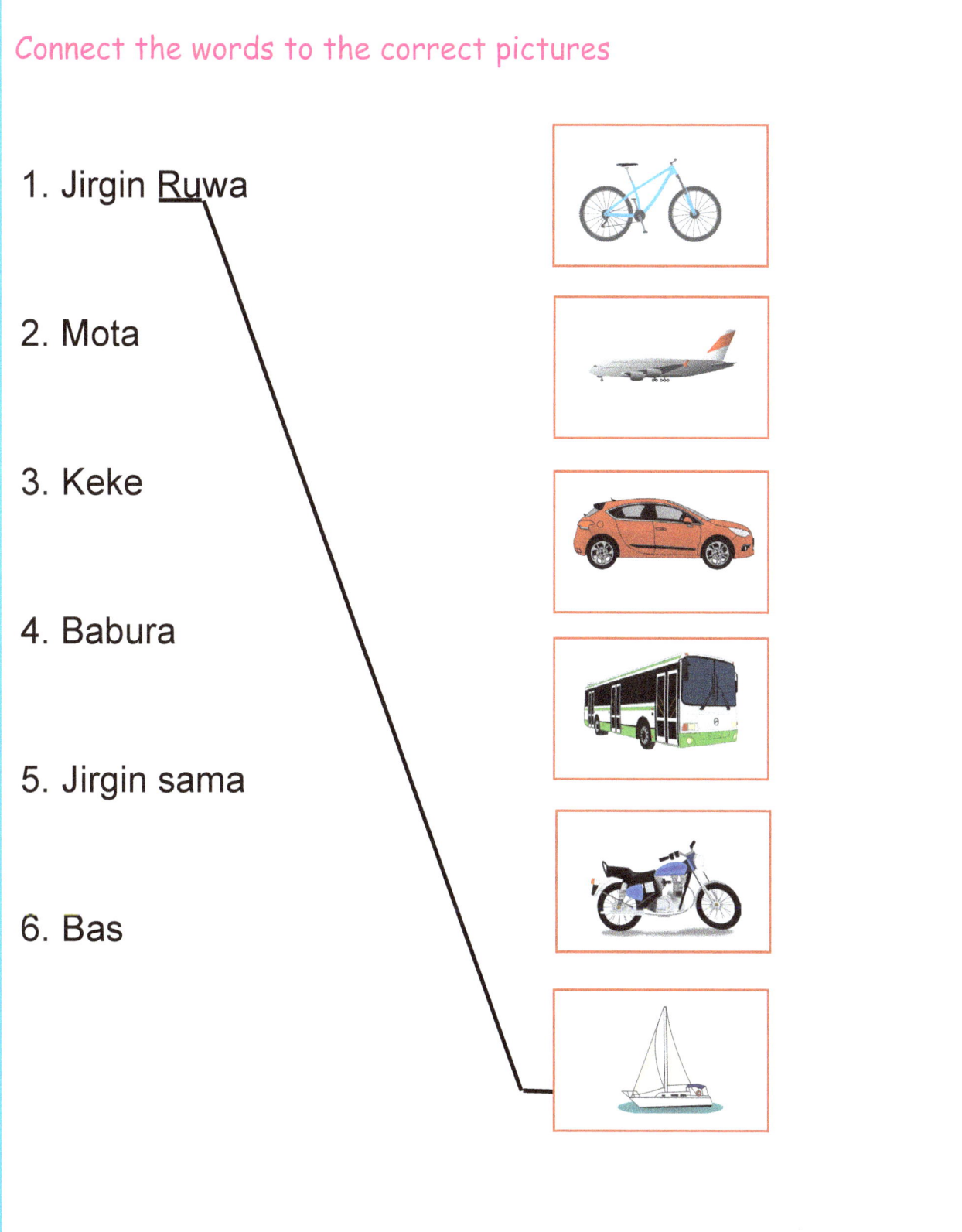

1. Jirgin Ruwa

2. Mota

3. Keke

4. Babura

5. Jirgin sama

6. Bas

LESSON 11 - Rana da Watan
DAYS & MONTHS

Monday	Litinin
Tuesday	Talata
Wednesday	Laraba
Thursday	Alhamis
Friday	Juma'a
Saturday	Asabar
Sunday	Lahadi

Today	Yau
Tomorrow	Gobe

Watan – MONTHS

January	Janairu
February	Fabrairu
March	Maris
April	Afrilu
May	Mayu
June	Yuni
July	Yuli
August	Agusta
September	Satumba
October	Oktoba
November	Nuwamba
December	Disamba

EXCERCISE 12

1. Memorise the days of the week in Hausa:

Monday	Litinin
Tuesday	Talata
Wednesday	Laraba
Thursday	Alhamis
Friday	Juma'a
Saturday	Asabar
Sunday	Lahadi

2. Write the following Months in Hausa:

a. May_____

b. July_____

c. August _____

d. October_____

e. December_____

3. Write the English words:

a. Rana_____

b. Watan_____

c. Janairu _____

d. Afrilu _____

e. Disamba _____

LESSON 12 - Gaisuwa
GREETINGS

Hello	Sannu
Welcome	Sanu da zuwa
Thanks	na gode
Good	Yayi kyau
How are you?	Ina gajiya
I am fine	ba gajiya
How about you?	Yaya game da ku?
Good morning	Ina kwana
Good afternoon	Ina wuni
Good evening	Ina wuni
Good night	Ina wuni
Goodbye	Lafiya lau
I'm sorry	na tuba
Yes	iya
No	a'a

Help	Jiùmìng
I am _ years old	Shekaruna _
Please (when asking for something)	Dan Allah (tambayar wani abu)
Please (When offering something)	Dan Allah (bayar da wani abu)
What is your name? (for a male)	Menene sunanka?
What is your name? ((for a female)	Menene sunanki?
My name is...	Sunana...
The Name of my school is...	Sunan Makaranata na
My father's name	Sunan mahaifina
My mother's name	Sunan mahaifiyata
I live at	Ina zama a ....
How much?	Nawa
Money	kuɗi
Congratulations	Barka da warhaka
I am hungry	Ina jin yunwa
What do you want to eat (if the person is a male)	Me zaka ci?
What do you want to eat (if the person is a female)	Me kike so ci?

LESSON 13 - Taɗi
CONVERSATION

Repeat the dialogue in the pictures.

Ina kwana safiya
Good Morning

Ina kwana sir
Good Morning sir

Ina gajiya?
How are You

Ba gajiya sir.
I am fine sir.

 How to greet In the morning :

Ina kwana sir.
Ina kwana Baba
Ina kwana Uba.
Ina kwana Wa.
Ina kwana Inna

Ina gajiya?
How are you?

 How to reply greetings:

Ba gajiya sir.
Ba gajiya Baba
Ba gajiya Uba.
Ba gajiya Wa.
Ba gajiya Inna

Repeat the dialogue in the pictures.

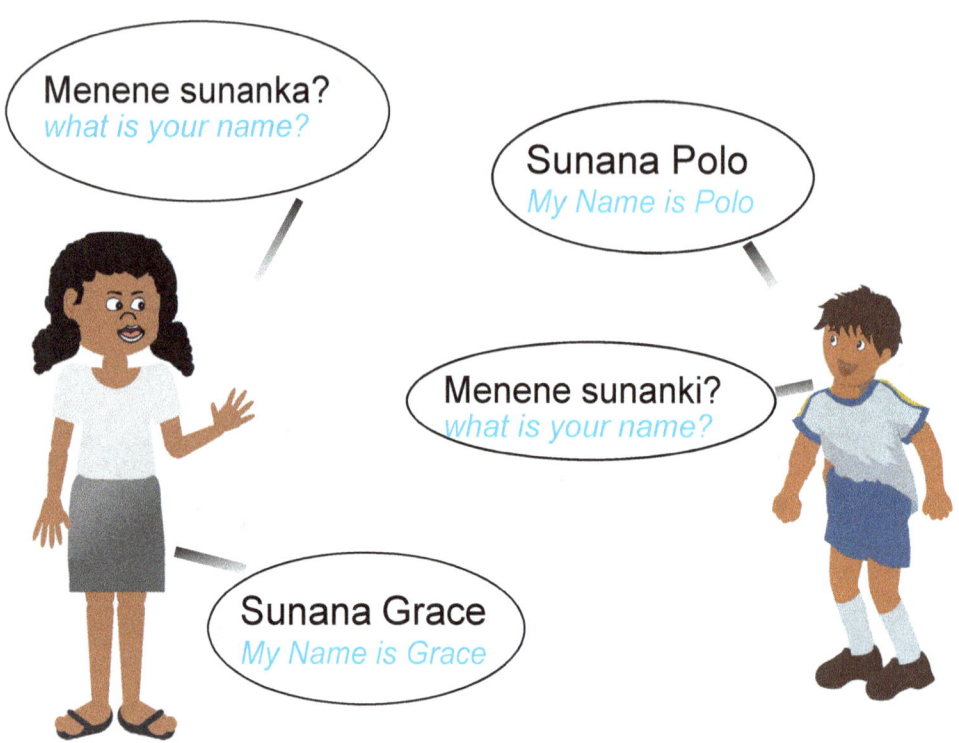

How to ask someone their name :

Menene sunanka? (if the person is male)

Menene sunanki? (if the person is female)

How to respond:

Sunana Polo.

Sunana Grace

Sunana Safiya

Sunana Shika

 5

How to say goodbye:

Sai an jima Shika
Sai an jima Uwa
Sai an jima Uba
Sai an jima Wa
Sai an jima Inna

 6

How to respond:

To, sai an jima Uwa
To, sai an jima Uba.
To, sai an jima Wa.
To, sai an jima Inna

Sunana Shika
My name is Shika

Shekaruna takwas
I am 8 years old

Sunana Makaranata na Royal Academy
The name of my school is Royal Academy

Ina da kanne daya
I have one sibling

 How to introduce yourself:

Sunana Shika

Sunana Polo

Sunana Grace

Sunana Shika uwa

 How to say your age:

Shekaruna takwas

Shekaruna shidda

Shekaruna Goma sha daya

Shekaruna talatin

How to say which school you attend:

Sunana Makaranata na Royal Academy

Sunana Makaranata na Oak School

Sunana Makaranata na Chichester Primary School

How to say the number of siblings you have:

Ina da kanne daya

Ina da kanne goma

Ina da kanne udu

EXCERCISE 13

Choose the correct answers:

1. How do you greet in the morning?

   a. na gode   b. Ina kwana   c. Ina gajiya   d. Ina wuni

2. How do you say goodbye?

   a. sanu   b. nawa   c. sai an jimi   d. sunana

3. What does ba gajiya mean?

   a. goodbye   b. help   c. I am happy   d. I am fine

2. Reply in Hausa:

a. What is your name?_____

b. How old are you? _____

c. What is the name of your school? _____

d. How many siblings have you?_____

a. What is your father's name?_____

b. What is your mother's name? _____

3, How do you say hello?

a. na gode   b. sannu   c. Ina gajiya   d. Ina kwana

4. How do you say thank you?

a. yayi kyau   b. na gode   c. shekaruna   d. sunana

3. What does iya mean?

a. goodbye   b. yes   c. no   d. money

Na gode!
Sunana Grace.

www.ingramcontent.com/pod-product-compliance
Lightning Source LLC
Chambersburg PA
CBHW081628100526
44590CB00021B/3652